Impressum
Verlag: BABADADA GmbH, Nedderfeld 112 , 22529 Hamburg
Geschäftsführer / Verlagsleitung: Harald Hof
Druck: Books on Demand GmbH, In de Tarpen 42, 22848 Norderstedt

Imprint
Publisher: BABADADA GmbH, Nedderfeld 112 , 22529 Hamburg, Germany
Managing Director / Publishing direction: Harald Hof
Print: Books on Demand GmbH, In de Tarpen 42, 22848 Norderstedt

makaranta
school

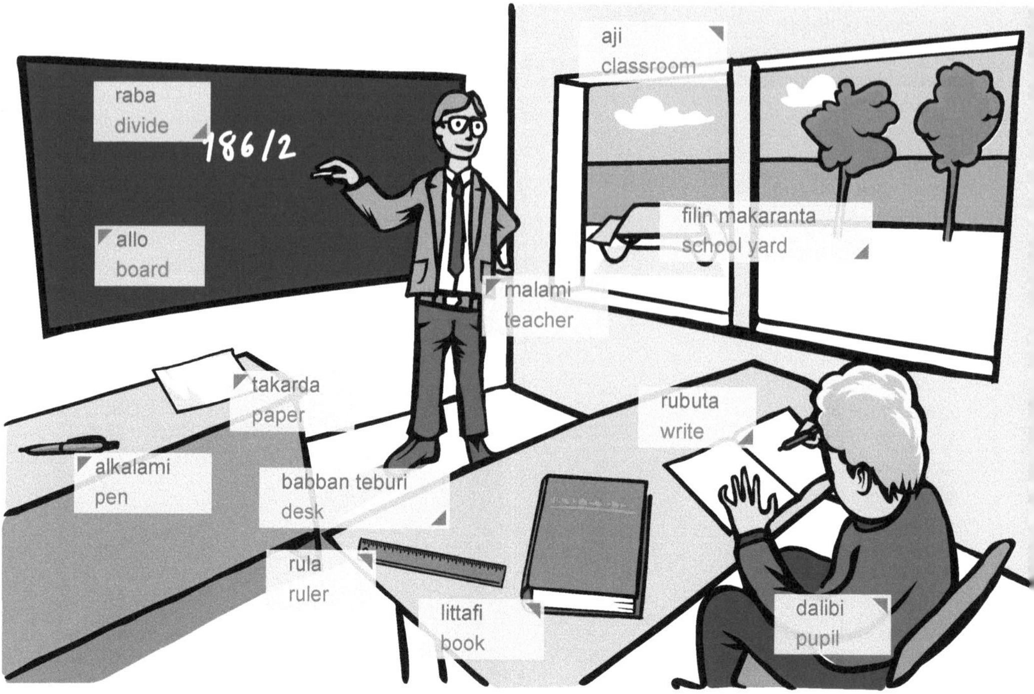

aji
classroom
raba
divide
186/2
allo
board
filin makaranta
school yard
malami
teacher
takarda
paper
rubuta
write
alkalami
pen
babban teburi
desk
rula
ruler
littafi
book
dalibi
pupil

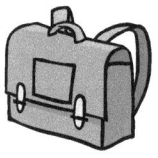

jakar makaranta
satchel

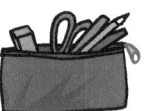

gidan fensir
pencil case

fensir
pencil

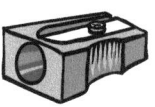

abin fike fensir
pencil sharpener

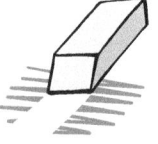

kilina
rubber

kwalin zane
drawing pad

zane

drawing

burushin fenti

paintbrush

gwangwanin fenti

paint box

almakashi

scissors

gam

glue

littafi aiki

exercise book

aikin gida

homework

lamba

number

2+2

kara

add

debe

subtract

2×2

yi sau

multiply

kwakuleta

calculate

A

wasika

letter

harafi

alphabet

kalma

word

rubutu

text

karanta

read

alli

chalk

darasi

lesson

rijista

register

jarabawa

exam

satifiket

certificate

kayan makaranta

school uniform

ilimi

education

kundin ilimi

encyclopedia

jami'a

university

madubin kimiyya

microscope

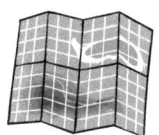

taswira

map

kwandon shara

waste-paper basket

bulaguro
travel

otal
hotel
Grand
dakunan dalibai
hostel
ROOMS
gidan canjin kudi
bureau de change
CHANGE
karamin akwati
suitcase
karamar mota
car

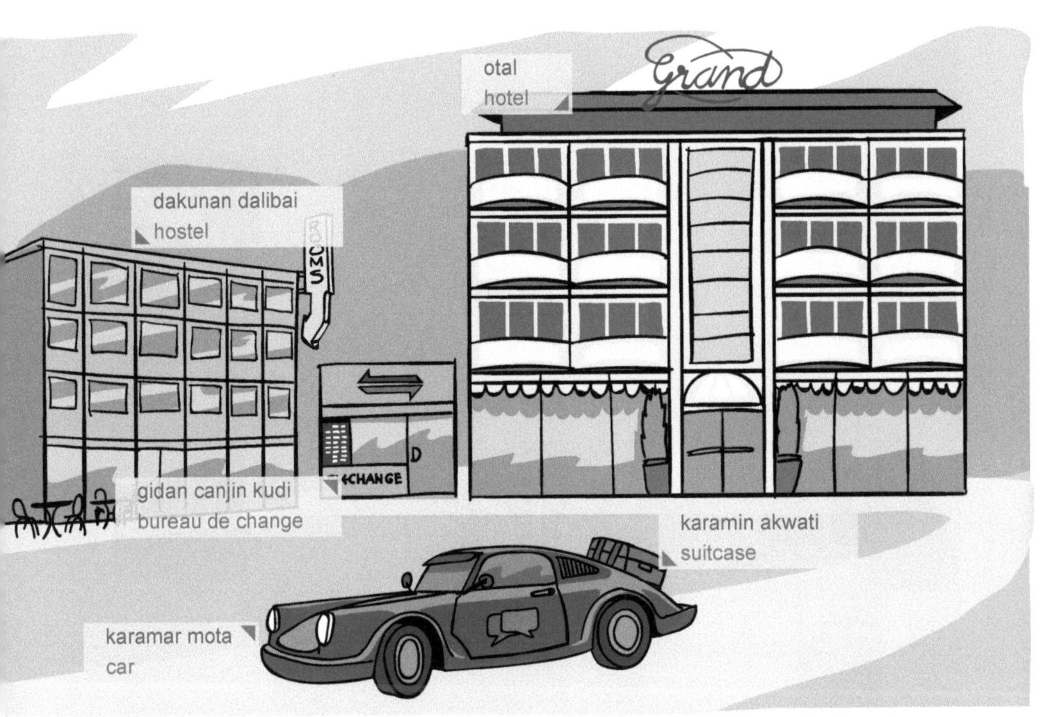

yare
language

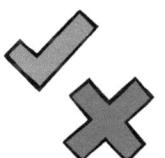

e/a'a
yes / no

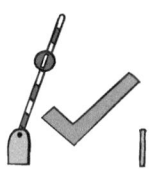

Ya yi
Okay

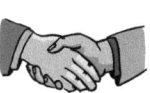

barka dai
hello

mai fassara
translator

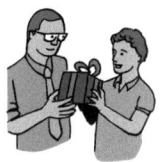

Na gode
Thank you

nawa ne...?

how much is...?

ban gane ba

I do not understand

matsala

problem

Barka da yamma!

Good evening!

Ina kwana!

Good morning!

barka da dare!

Good night!

sai an jima

bye bye

alkibla

direction

kaya

luggage

jaka

bag

jakar goyawa

backpack

bako

guest

daki

room

jakar barci

sleeping bag

tanti

tent

bayanin dan yawon bude-ido

tourist information

bakin ruwa

beach

katin banki

credit card

karin kumallo

breakfast

abincin rana

lunch

abincin dare

dinner

tikiti

ticket

daga

lift

hatimi

stamp

iyaka

border

kudin fiton kaya

customs

ofishin jakadanci

embassy

biza

visa

fasfo

passport

abin hawa

transport

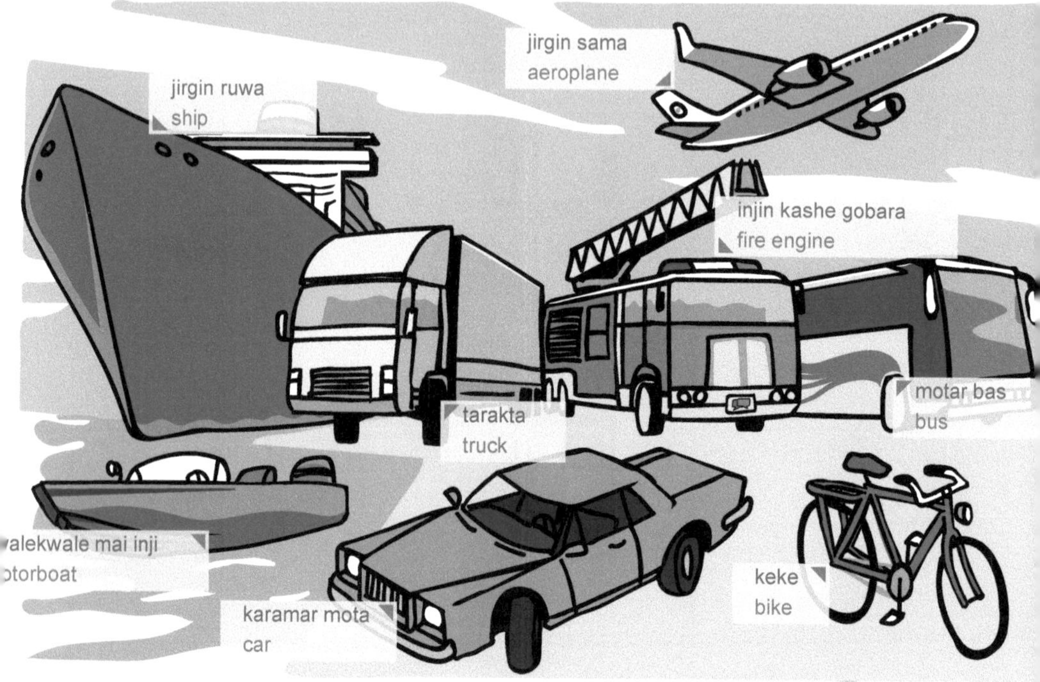

jirgin sama
aeroplane
jirgin ruwa
ship
injin kashe gobara
fire engine
motar bas
bus
tarakta
truck
alekwale mai inji
otorboat
keke
bike
karamar mota
car

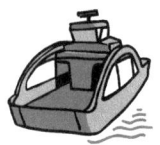

karamin jirgin ruwa

ferry

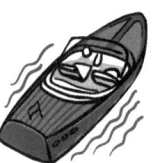

kwalekwale

boat

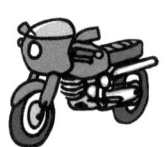

babur

motorbike

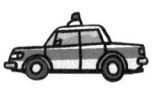

motar 'yansanda

police car

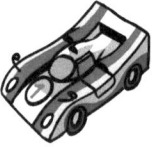

motar tsere

racing car

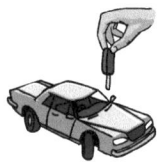

motar haya

rental car

tarayyar karamar mota

car sharing

babbar mota da ta lalace

breakdown truck

motar shara

refuse truck

mota

motor

mai

fuel

gidan mai

petrol station

alamar titi

traffic sign

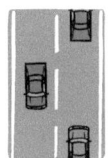

zirga-zirga

traffic

cunkoson ababen hawa

traffic jam

wurin ajiye mota

car park

tashar jirgin kasa

train station

filin tsere

tracks

jirgin kasa

train

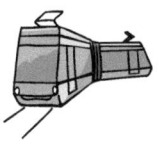

jirgin kasa mai kyabil

tram

keken doki

carriage

helikwafta

helicopter

filin jirgin sama

airport

hasumiya

tower

fasinja

passenger

mazubi

container

kwali

carton

amalanke

cart

kwando

basket

tashi / sauka

take off / land

birni

city

kauye

village

tsakiyar birni

city centre

gida

house

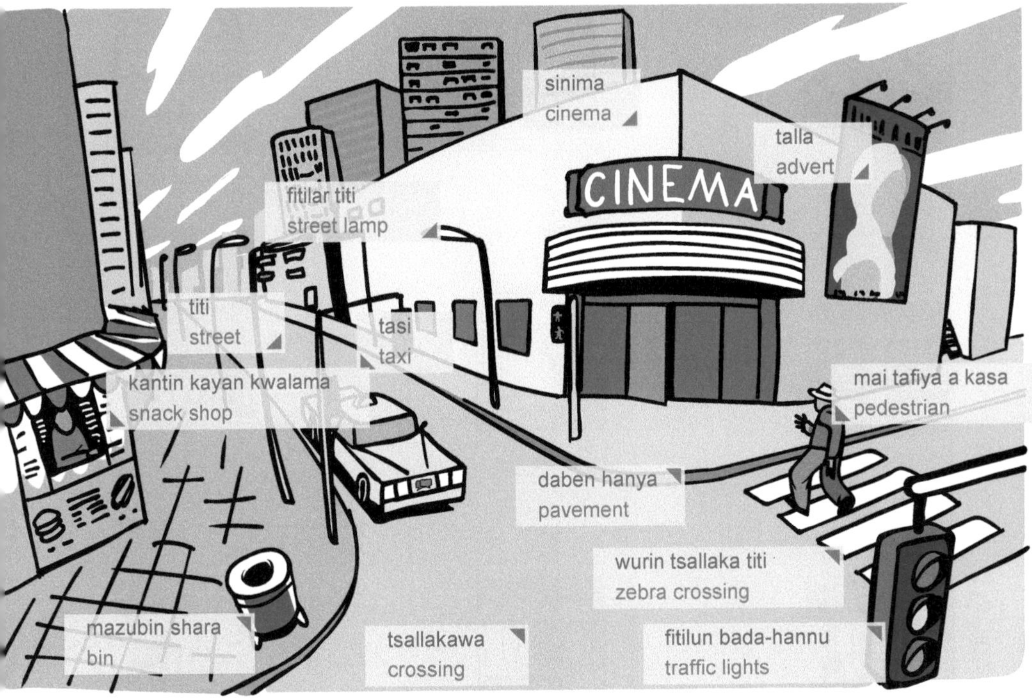

sinima
cinema
talla
advert
CINEMA
fitilar titi
street lamp
titi
street
tasi
taxi
kantin kayan kwalama
snack shop
mai tafiya a kasa
pedestrian
daben hanya
pavement
wurin tsallaka titi
zebra crossing
mazubin shara
bin
tsallakawa
crossing
fitilun bada-hannu
traffic lights

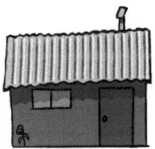

bukka

hut

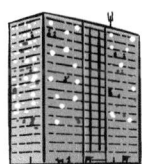

shafaffe

flat

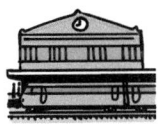

tashar jirgin kasa

train station

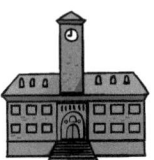

dakin taro

town hall

MUSEUM

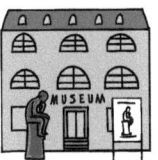

gidan kayan tarihi

museum

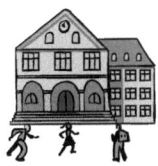

makaranta

school

jami'a
university

banki
bank

asibiti
hospital

otal
hotel

kantin magani
pharmacy

ofis
office

kantin littattafai
book shop

kanti
shop

mai sayar da furanni
florist's

babban kanti
supermarket

kasuwa
market

kanti mai sassa
department store

shagon sayar da kifi
fishmonger's

wurin sayayya
shopping centre

matsayar jiragen ruwa
harbour

ma'ajiyar motoci

park

benci

bench

gada

bridge

kafar bene

stairs

karkashin kasa

underground

ramin karkashin kasa

tunnel

matsayar bas

bus stop

mashaya

bar

gidan abinci

restaurant

akwatin sakonni

postbox

alamar titi

street sign

mitar ajiye motoci

parking meter

gidan namun daji

zoo

kwamin iyo

swimming pool

masallaci

mosque

gona

farm

gurbata

pollution

makabarta

graveyard

coci

church

filin wasanni

playground

dakin bauta

temple

fadin kasa

landscape

ganye
leaf

turken alama
signpost

hanya
way

makiyaya
meadow

dutse
stone

bishiya
tree

mai tattaki
hiker

korama
river

ciyawa
grass

fure
flower

kwazazzabo

valley

tudu

hill

tafki

lake

daji

forest

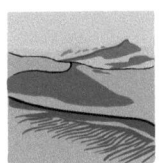

hamada

desert

amon dutse

volcano

fada

castle

bakan-gizo

rainbow

malafar jaki

mushroom

bishiyar kwakwar manja

palm tree

sauro

mosquito

kuda

fly

tururuwa

ant

zuma

bee

gizo

spider

burgunguma

beetle

kwado

frog

kurege

squirrel

bushiya

hedgehog

zomo

hare

mujiya

owl

tsuntsu

bird

agwagwar ruwa

swan

aladen daji

boar

namijin barewa

deer

kanki

moose

dam

dam

lantarki mai iska

wind turbine

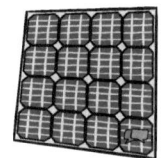

farantin hasken rana

solar panel

yanayi

climate

gidan abinci
restaurant

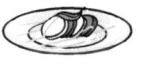

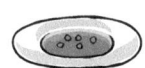

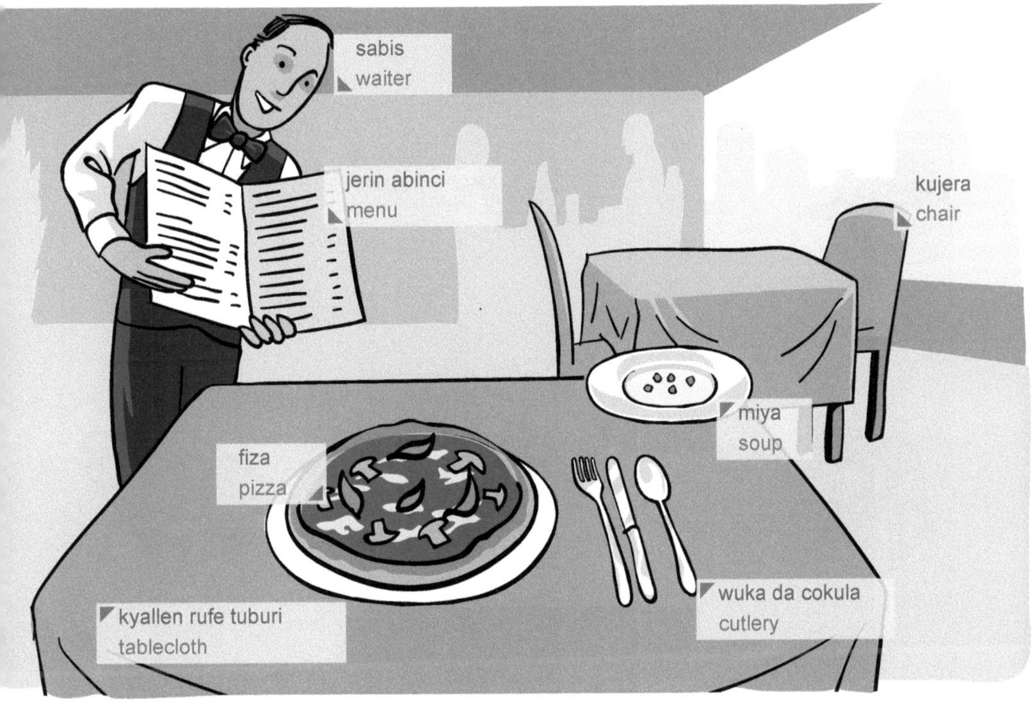
sabis
waiter
jerin abinci
menu
kujera
chair
miya
soup
fiza
pizza
wuka da cokula
cutlery
kyallen rufe tuburi
tablecloth

makunni
starter

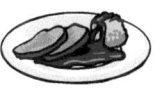

babban abinci
main course

kayan zaki
dessert

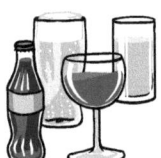

kayan sha
drinks

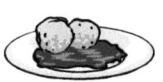

abinci
food

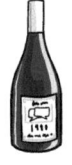

kwalba
bottle

abincin tafi-da-gidanka

fast food

abincin titi

street food

tukunyar shayi

teapot

kwanon sikari

sugar bowl

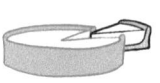

gutsire

portion

injin hada kofi

espresso machine

kujera mai tudu

high chair

doka

bill

tire

tray

wuka

knife

cokali mai yatsu

fork

cokali

spoon

cokalin shayi

teaspoon

kyallen cin abinci

serviette

gilashi

glass

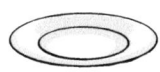

faranti

plate

farantin miya

soup plate

farantin kofi

saucer

hadin dandano

sauce

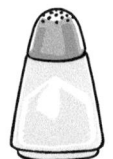

mazubin gishiri

salt pot

abin nikan yaji

pepper mill

lamurje

vinegar

mai

oil

kayan dandano

spices

miyar tumatir

ketchup

mustad

mustard

mayonnaise

mayonnaise

babban kanti
supermarket

tayin musamman
special offer
FOR
abokin ciniki
customer
matatsar nono
dairy
kayan marmari
fruit
abin daukar kaya
trolley

BUTCHERS

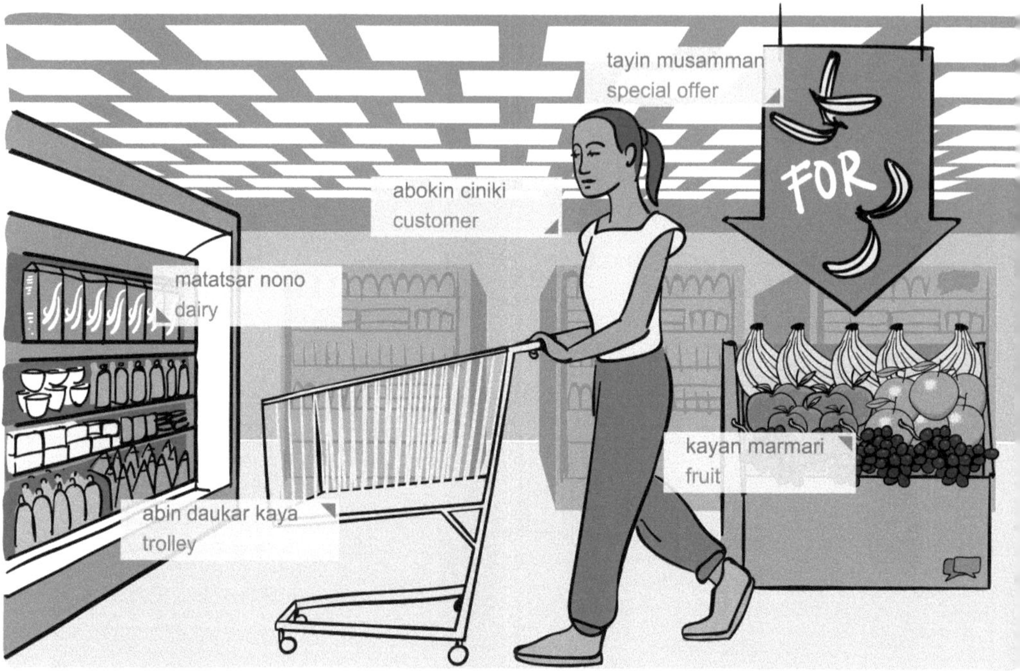

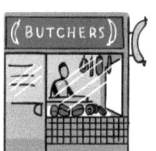

na mahauci

butcher´s

BAKERY

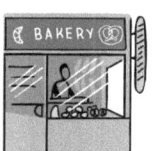

shagon mai burodi

baker´s

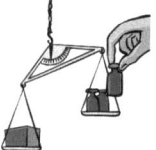

auna nauyi

weigh

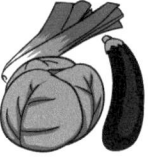

kayan lambu

vegetables

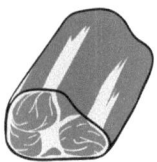

nama

meat

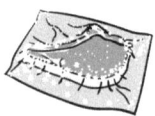

darkararren abinci

frozen food

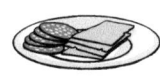

nama mai sanyi

cold meat

abincin gwangwani

tinned food

garin sabulun wanki

washing powder

alewa

sweets

kayan amfanin gida

household products

kayan tsafta

cleaning products

mai sayarwa

salesperson

haro

till

mai biyan kudi

cashier

jerin kayan sayayya

shopping list

sa'o'in budewa

opening hours

alabe

wallet

katin banki

credit card

jaka

bag

jakar roba

plastic bag

drinks

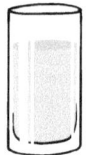

ruwa

water

ruwan 'ya'yan itace

juice

madara

milk

coke

coke

barasa

wine

giya

beer

barasa

alcohol

koko

cocoa

shayi

tea

kofi

coffee

bakin kofi

espresso

kofi mai madara

cappuccino

ayaba

banana

tufa

apple

lemon zaki

orange

kankana

melon

lemon tsami

lemon

karas

carrot

tafarnuwa

garlic

gora

bamboo

albasa

onion

kunnen-jaki

mushroom

dangin gyada

nuts

dangin taliya

noodles

sufageti

spaghetti

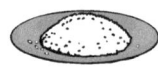

shinkafa

rice

man salak

salad

sala-sala

chips

soyayyen dankali

fried potatoes

fiza

pizza

hambaga

hamburger

sanwich

sandwich

kwan nama

cutlet

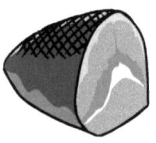

naman alade

ham

salami

salami

kilishin turawa

sausage

kaza

chicken

gashi

roast

kifi

fish

kamun oats

porridge oats

muesli

muesli

kwamfiles

cornflakes

fulawa

flour

fanke

croissant

yankan burodi

bread roll

burodi

bread

gashi

toast

biskit

biscuits

bota

butter

man shanu

curd

kek

cake

kwai

egg

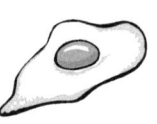

soyayyen kwai

fried egg

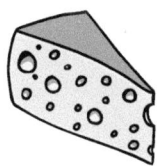

cuku

cheese

askirim

ice cream

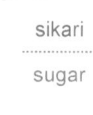

sikari

sugar

zuma

honey

jam

jam

cakuletin shafawa

chocolate spread

kori

curry

gona
farm

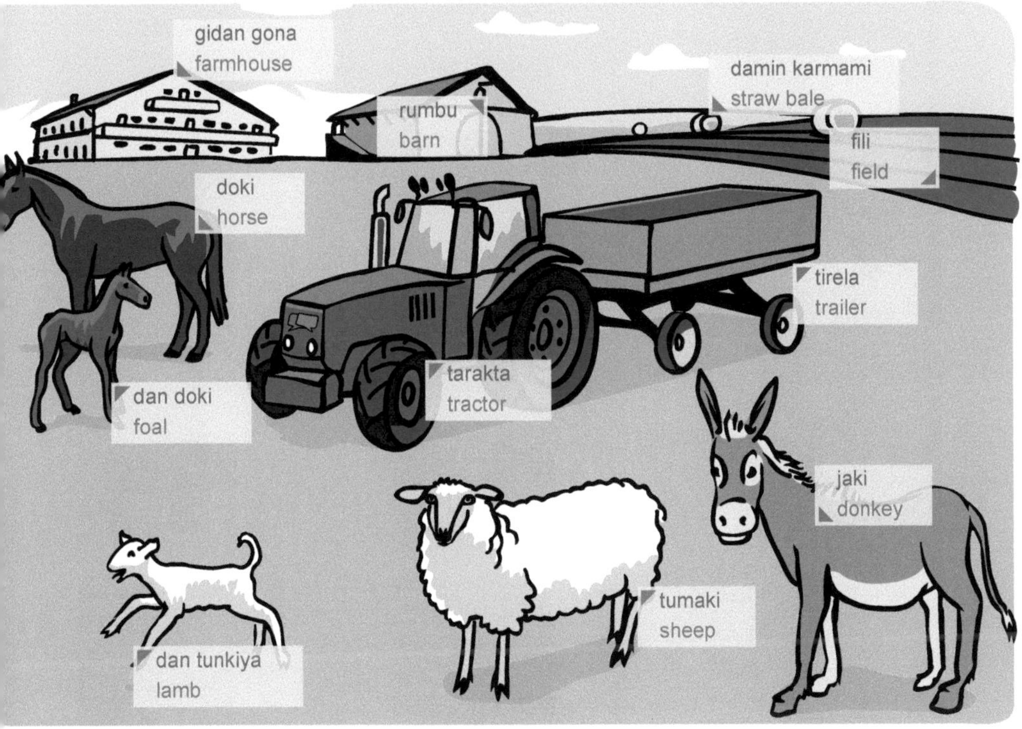
gidan gona
farmhouse
rumbu
barn
damin karmami
straw bale
fili
field
doki
horse
tirela
trailer
tarakta
tractor
dan doki
foal
jaki
donkey
tumaki
sheep
dan tunkiya
lamb

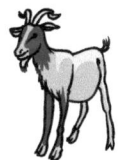

akuya

goat

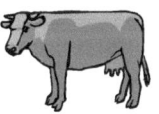

saniya

cow

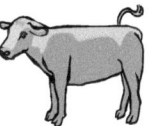

maraki

calf

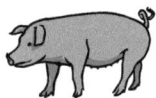

alade

pig

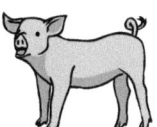

dan alade

piglet

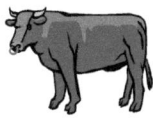

bajimi

bull

dinya

goose

agwagwa

duck

dan tsako

chick

kaza

hen

zakara

cock

bera

rat

kyanwa

cat

bera

mouse

takarkari

ox

kare

dog

dakin kare

doghouse

bututun lambu

garden hose

bokitin ban-ruwa

watering can

ashasha

scythe

garma

plough

lauje

sickle

fartanya

hoe

cebur mai yatsu

pitchfork

gatari

axe

wilbaro

wheelbarrow

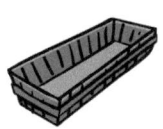

mazubin abincin dabbobi

trough

gwangwanin madara

milk can

buhu

sack

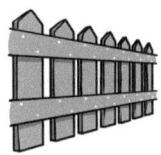

shinge

fence

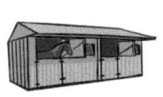

barga

stable

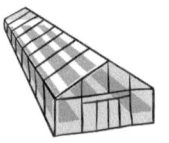

koren-gida

greenhouse

rairai

soil

iri

seed

taki

fertilizer

injin girbi da sussuka

combine harvester

girbe

harvest

girbi

harvest

doya

yams

alkama

wheat

waken soya

soy

dankali

potato

dawa

corn

furen mai

rapeseed

bishiyar kayan marmari

fruit tree

rogo

cassava

hatsi

cereals

bututun hayaki
chimney

rufin daki
roof

bututun magudana
drainpipe

taga
window

gareji
garage

kararrawar kofa
doorbell

kofa
door

kwandon shara
rubbish bin

akwatin wasiku
letterbox

lambu
garden

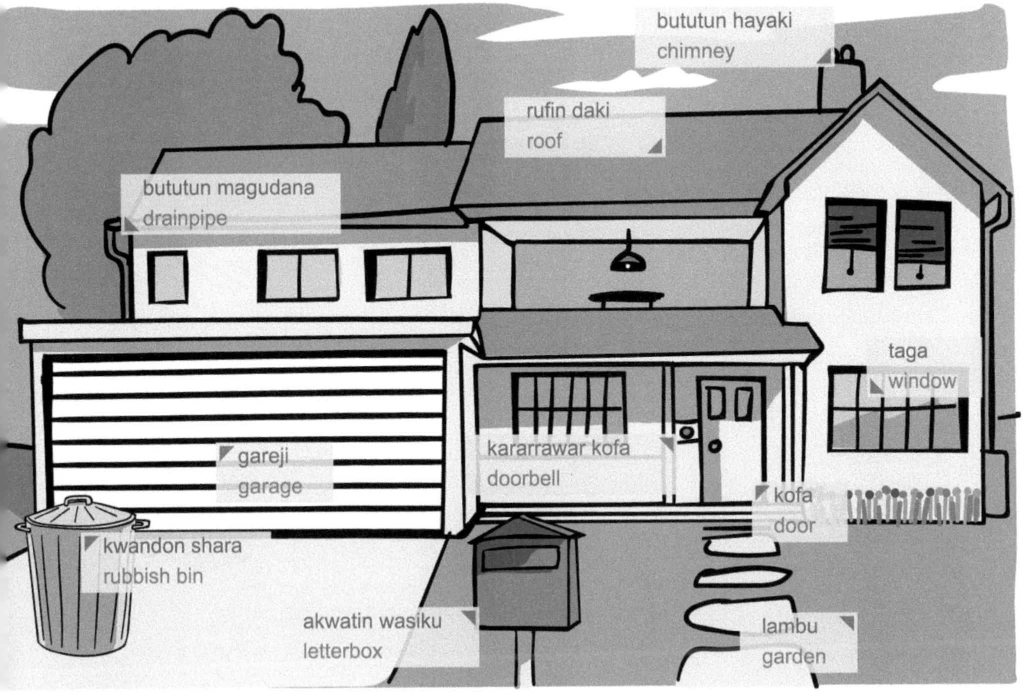

falo

living room

dakin wanka

bathroom

kicin

kitchen

dakin kwana

bedroom

dakin yaro

child's room

dakin cin abinci

dining room

gida - house

31

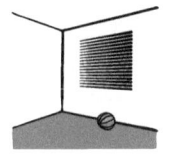

dabe

floor

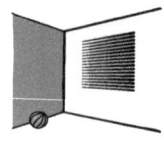

bango

wall

sili

ceiling

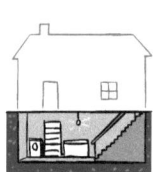

dakin karkashin kasa

cellar

wurin wankan dumi

sauna

barandar bene

balcony

baranda

terrace

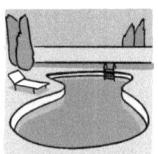

gulbin ninkaya

pool

injin yanke ciyawa

lawn mower

kwano

sheet

zanen gado

bedspread

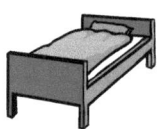

gado

bed

tsintsiya

broom

bokiti

bucket

makunni

switch

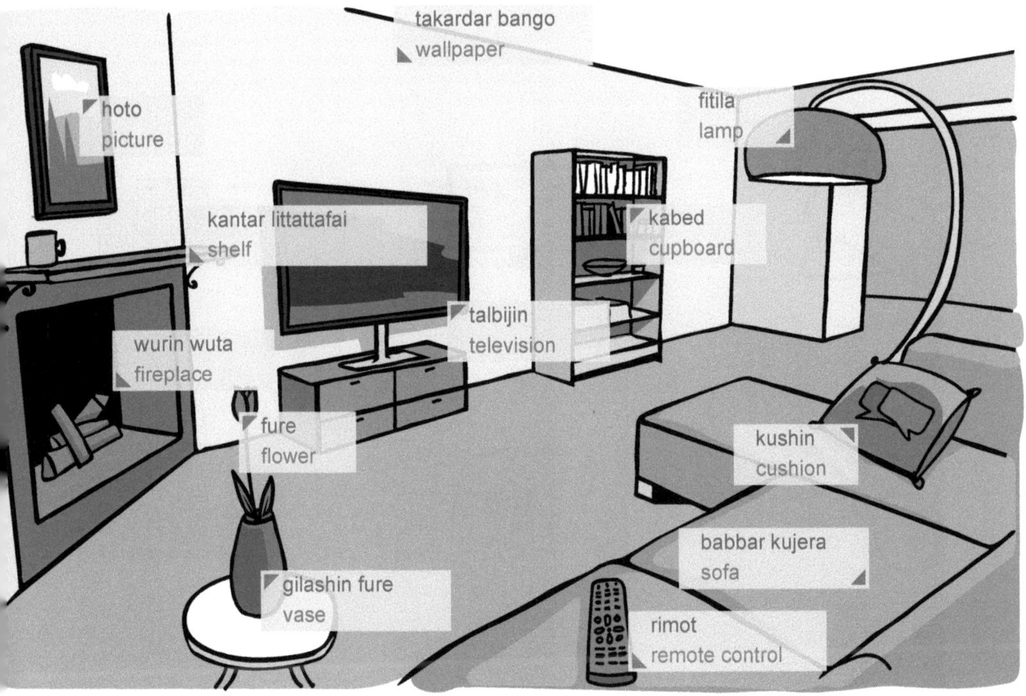

takardar bango
wallpaper

hoto
picture

fitila
lamp

kantar littattafai
shelf

kabed
cupboard

wurin wuta
fireplace

talbijin
television

fure
flower

kushin
cushion

gilashin fure
vase

babbar kujera
sofa

rimot
remote control

darduma
carpet

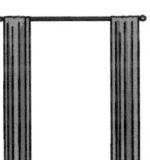

labule
curtain

teburi
table

kujera
chair

kujera mai shillo
rocking chair

kujera mai hannu
armchair

littafi

book

bargo

blanket

kwalliya

decoration

itacen girki

firewood

fim

film

kayan hi-fi

hi-fi equipment

makulli

key

jarida

newspaper

zanen fenti

painting

fasta

poster

rediyo

radio

takardar rubutu

notepad

na'urar share darduma

hoover

murtsunguwa

cactus

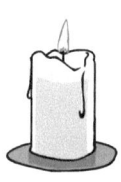

kyandir

candle

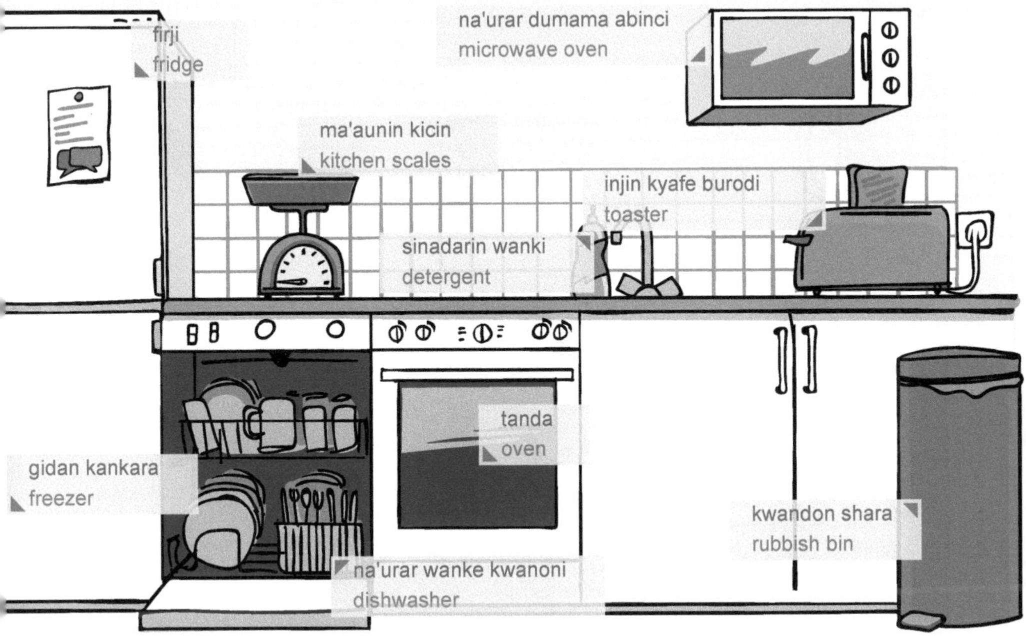

na'urar dumama abinci
microwave oven

firji
fridge

ma'aunin kicin
kitchen scales

injin kyafe burodi
toaster

sinadarin wanki
detergent

tanda
oven

gidan kankara
freezer

kwandon shara
rubbish bin

na'urar wanke kwanoni
dishwasher

cooker
cooker

tukunya
pot

tukunyar alminiyum
cast-iron pot

kwanon suya
wok / kadai

kwanan suya
pan

buta
kettle

tukunyar dumi

steamer

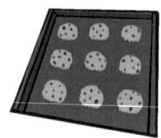

kwanan gashi

baking tray

kayan tangaran

crockery

tambulan

mug

kwano

bowl

tsinkayen cin abinci

chopsticks

ludayi

ladle

ludayin suya

spatula

makadin kwai

whisk

rariya

strainer

mataci

sieve

na'urar nika

grater

turmi

mortar

balangu

barbecue

wutar sarari

open fire

katakon yanke-yanke

chopping board

katakon murji

rolling pin

mabudin kwalba

corkscrew

gwangwani

can

mabudin gwangwani

can opener

hannun tukunya

pot holder

wurin wanke-wanke

sink

burushi

brush

soso

sponge

bilenda

blender

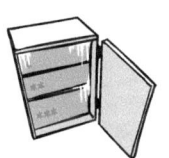

babban gidan kankara

deep freezer

bulumboti

baby bottle

famfo

tap

dakin wanka

bathroom

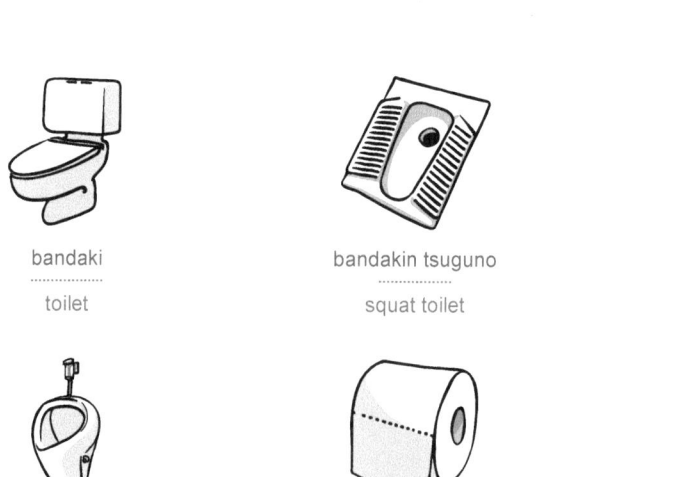

bada dumi
heating
shaya
shower
tawul
towel
labulen wanka
shower curtain
wankan kumfa
bubble bath
kwamin wanka
bathtub
gilashi
glass
injin wanki
washing machine
famfo
tap
tayil
tiles
fo
potty
wurin wanke-wanke
sink

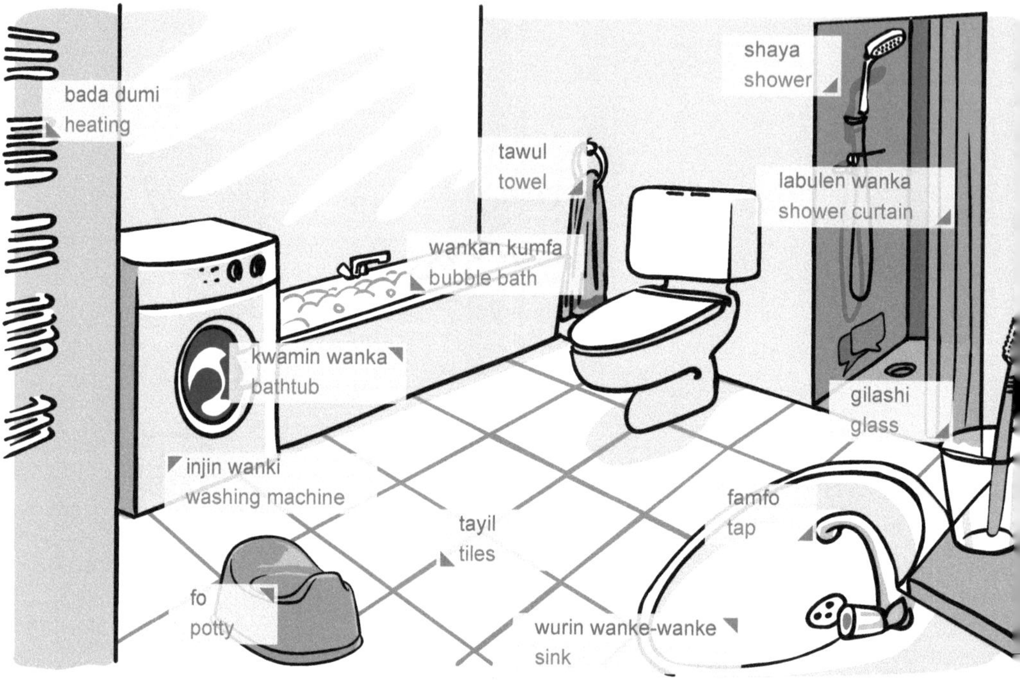

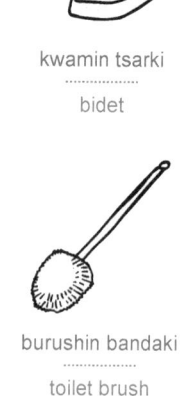

bandaki

toilet

bandakin tsuguno

squat toilet

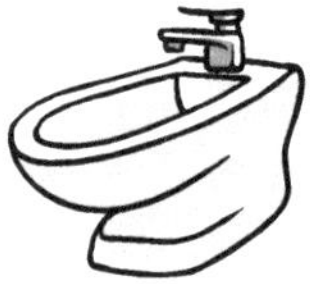

kwamin tsarki

bidet

wurin fitsari

urinal

takardar bandaki

toilet paper

burushin bandaki

toilet brush

burushin hakori

toothbrush

man hakori

toothpaste

zaren sakace

dental floss

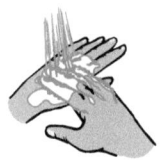

wanke

wash

shayar hannu

handheld shower

wankin farji

douche

kwamin wanke hannu

basin

burushin wanke baya

back brush

sabulu

soap

ruwan sabulun wanka

shower gel

man gyaran gashi

shampoo

tsumman wanka

flannel

lambatu

drain

kirim

cream

turaren kamshi

deodorant

madubi

mirror

madubin hannu

hand mirror

reza

razor

man yaran fuska

shaving foam

man aski

aftershave

mataji

comb

burushi

brush

na'urar busar da gashi

hair dryer

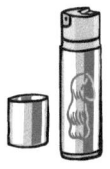

man gashi

hairspray

kwalliya

makeup

jan-baki

lipstick

man farce

nail varnish

audugar goge kunne

cotton wool

almakashin yankan farce

nail scissors

turare

perfume

jakar wanka

washbag

bahaya

stool

ma'aunin nauyi

weighing scale

rigar wanka

bathrobe

safar roba

rubber gloves

audugar haila

tampon

audugar mata

sanitary towel

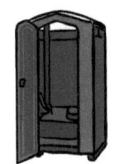

bandakin tafi-da-gidanka

chemical toilet

dakin yaro
child's room

agogo mai kararrawa
alarm clock
yartsanar tsumma
cuddly toy
motar wasan yara
toy car
kara
rattle
gidan 'yartsana
doll's house
kyauta
present

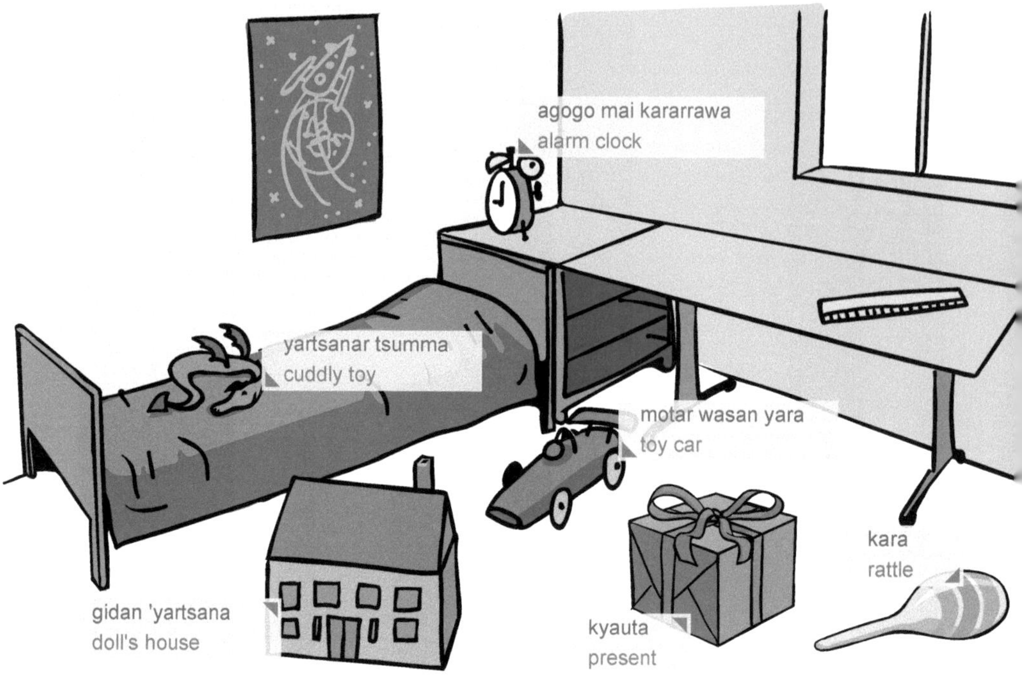

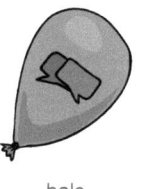

balo

balloon

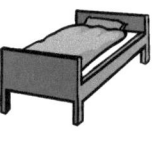

gado

bed

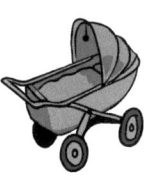

keken jarirai

pram

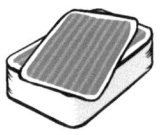

benen kwalaye

deck of cards

wasa kwakwalwa

jigsaw

SUPER
MEGA

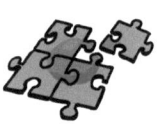

ban dariya

comic

tubalan roba

lego bricks

tubalan gini

building blocks

mutum-mai-aiki

action figure

rigar jariri

babygrow

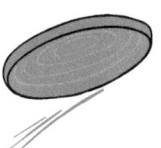

Dokin iska

frisbee

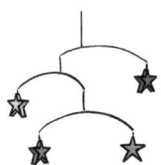

tafi-da-gidanka

mobile

wasan dara

board game

dan ludo

dice

zubin kwatancin jirgin kasa

model train set

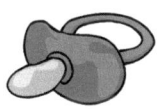

mutum-mutumi

dummy

walima

party

littafi mai hotuna

picture book

kwallo

ball

yartsana

doll

yi wasa

play

akwatin yashi

sandpit

lilo

swing

kayan wasan yara

toys

allon wasannin bidiyo

video game console

babur mai taya uku

tricycle

yartsanar tsumma

teddy bear

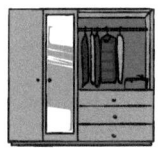

wadirob

wardrobe

tufafi

clothing

safa

socks

sitokins

stockings

matse-jiki

tights

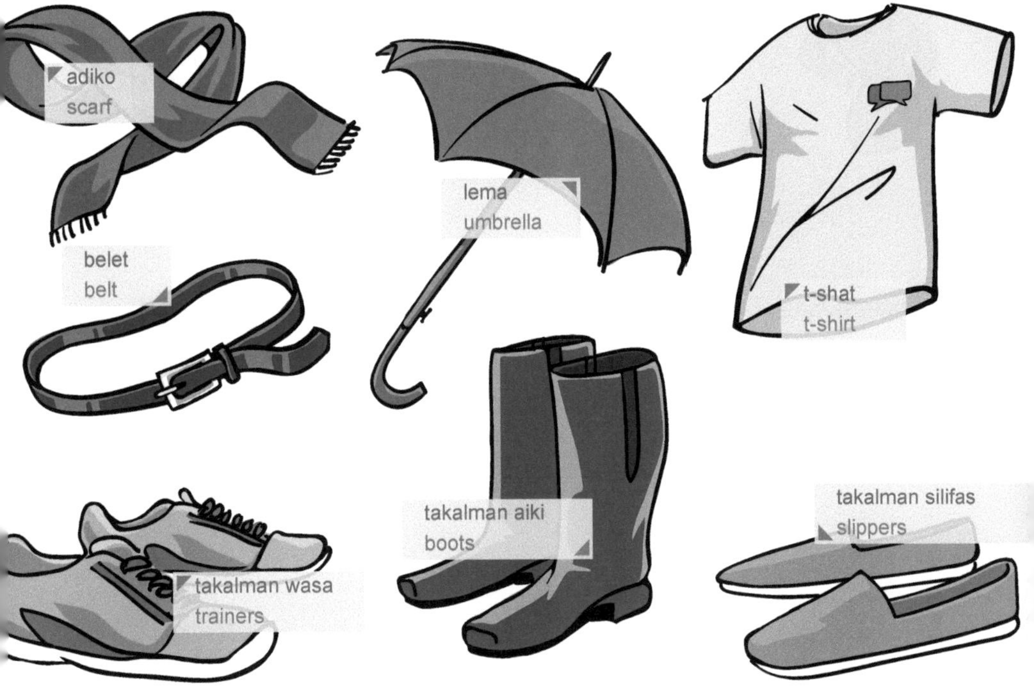

adiko
scarf

lema
umbrella

belet
belt

t-shat
t-shirt

takalman aiki
boots

takalman silifas
slippers

takalman wasa
trainers

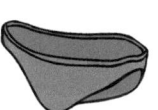
takalman sandal
....
sandals

takalma
....
shoes

takalman roba
....
rubber boots

kamfai
....
underpants

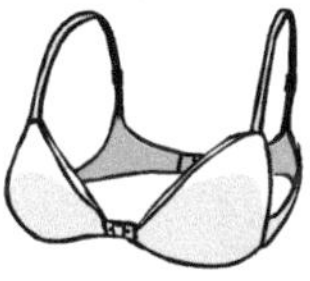

rigar nono
....
bra

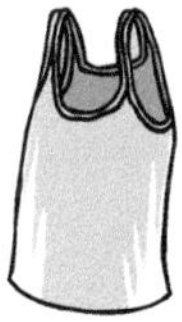

falmaran
....
vest

jiki
body

wando
trousers

jeans
jeans

dantofi
skirt

rigar mata
blouse

karamar riga
shirt

riga mai hula
pullover

hular riga
hoodie

bileza
blazer

jaket
jacket

kwat
coat

rigar ruwa
raincoat

kayan yayi
costume

kayan sawa
dress

rigar aure
wedding dress

kwat da wando

suit

rigar dare

nightgown

kayan barci

pyjamas

sari

sari

dankwali

headscarf

rawani

turban

hijabi

burqa

kaftani

kaftan

abaya

abaya

rigar iyo

swimsuit

wandon wasa

trunks

gajeran wando

shorts

kayan wasanni

tracksuit

kyallen aiki

apron

safar hannu

gloves

maballi

button

tabarau

glasses

awarwaro

bracelet

tsakiya

necklace

zobe

ring

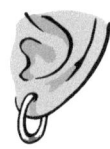

dan kunne

earring

hula

cap

maratayin kwat

coat hanger

malafa

hat

lakataya

tie

zi

zip

hular kwano

helmet

masu daidaita hakori

braces

kayan makaranta

school uniform

yunifom

uniform

kyallen cin abincin jariri

....
bib

mutum-mutumi
....
dummy

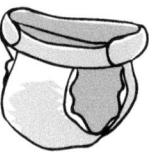

kunzugu
....
nappy

saba
server

kabed din fayiloli
filing cabinet

na'urar dab'i
printer

fuskar kwamfuta
monitor

takarda
paper

babban teburi
desk

mouse
mouse

makunshi
folder

allon madannai
keyboard

kwandon shara
waste-paper basket

kwamfuta
computer

kujera
chair

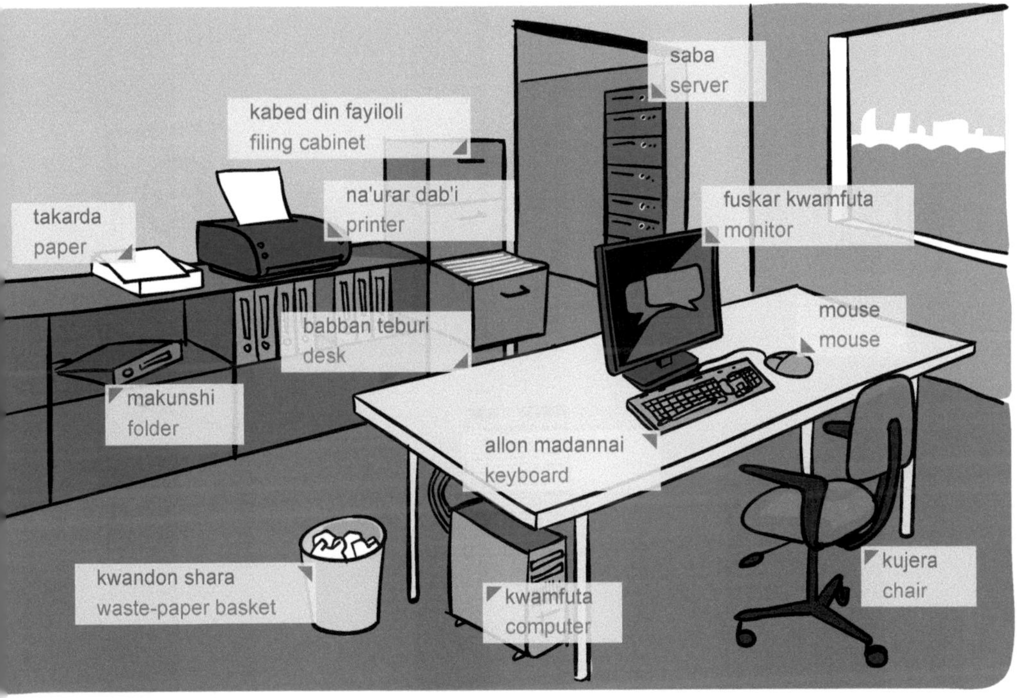

tambulan kofi
....
coffee mug

kwakuleta
....
calculator

intanet
....
internet

ofis - office

49

laptop

laptop

wasika

letter

sako

message

tafi-da-gidanka

mobile

sadarwa

network

na'urar hoton takarda

photocopier

kwakwalwar kwamfuta

software

tarho

telephone

jona soket

plug socket

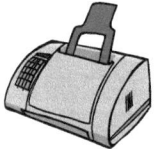

na'urar faks

fax machine

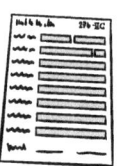

fom

form

daftari

document

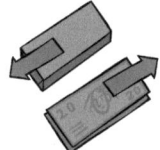

sayi

buy

biya

pay

yi ciniki

trade

kudi

money

dala

dollar

euro

euro

yen

yen

robul

rouble

franc na Swiss

Swiss franc

renminbi yuan

renminbi yuan

rupee

rupee

injin bada kudi

cashpoint

gidan canjin kudi

bureau de change

zinare

gold

azurfa

silver

mai

oil

makamashi

energy

farashi

price

matuntuba

contract

haraji

tax

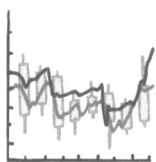

kaya

stock

yi aiki

work

ma'aikaci

employee

mai daukar ma'aikata

employer

masana'anta

factory

kanti

shop

sana'o'i
occupations

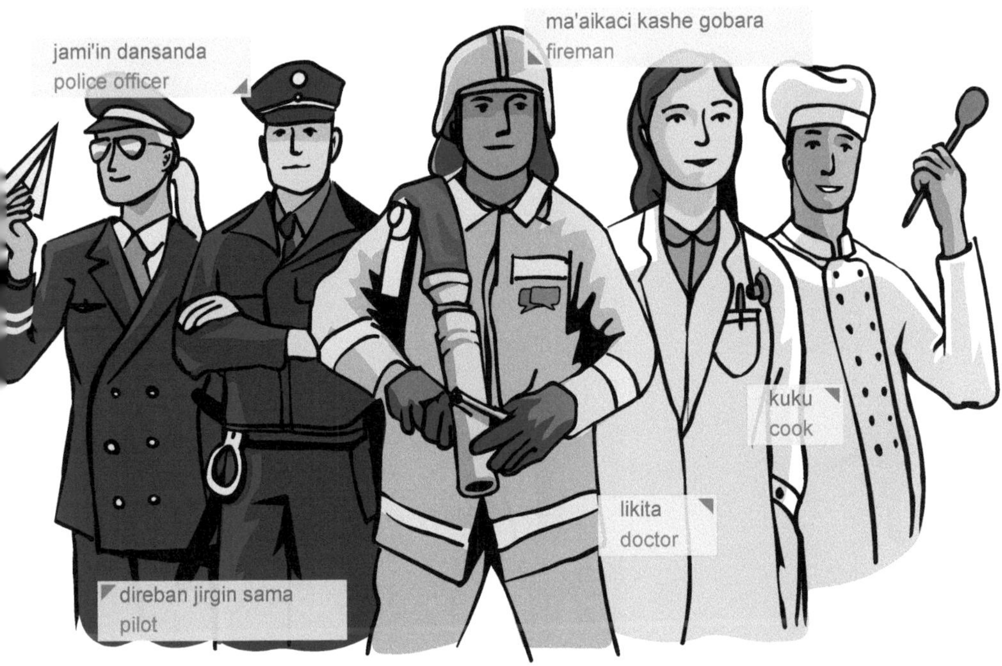

jami'in dansanda
police officer
ma'aikaci kashe gobara
fireman
kuku
cook
likita
doctor
direban jirgin sama
pilot

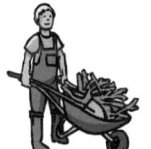

mai aikin lambu

gardener

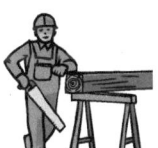

kafinta

carpenter

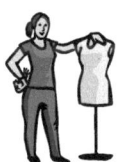

mace mai dinki

seamstress

alkali

judge

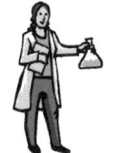

mai hada magunguna

chemist

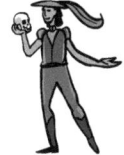

jarumi

actor

direban bas

bus driver

direban tasi

taxi driver

masunci

fisherman

mace mai shara

cleaning lady

mai aikin rufi

roofer

sabis

waiter

mafarauci

hunter

mai fenti

painter

mai yin burodi

baker

mai gyaran lantarki

electrician

magini

builder

injiniya

engineer

mahauci

butcher

mai gyaran famfo

plumber

mai raba wasiku

postman

soja

soldier

mai zayyanar gidaje

architect

mai biyan kudi

cashier

mai sayar da furanni

florist

mai gyaran gashi

hairdresser

mai kida

conductor

bakanike

mechanic

kyaftin

captain

likitan hakori

dentist

masanin kimiyya

scientist

limamin yahudu

rabbi

liman

imam

mai ibadar kirista

monk

malamin addini

clergyman

kayan aiki

tools

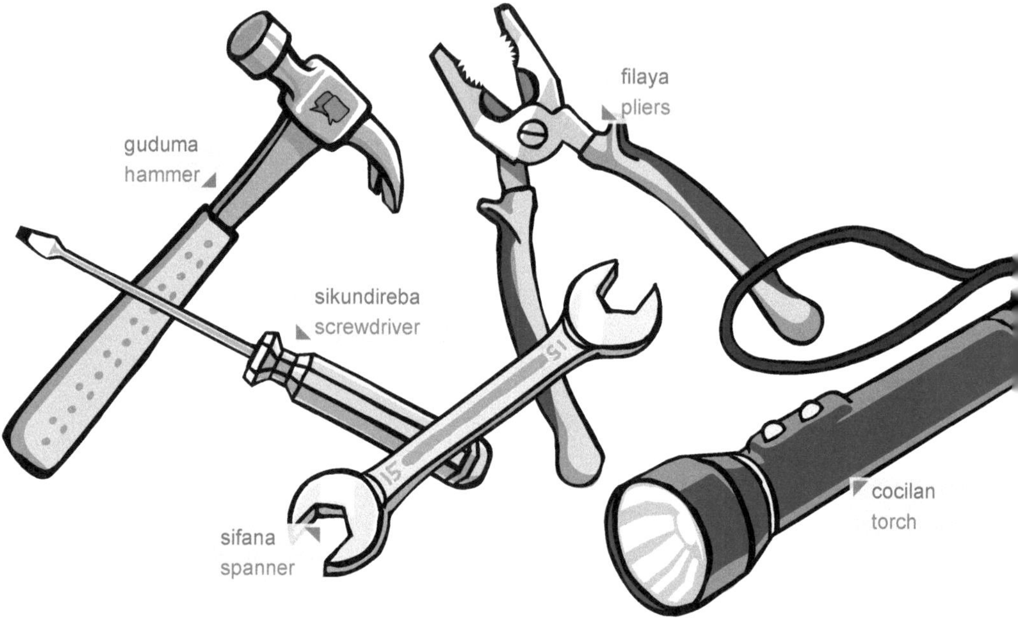
guduma
hammer
filaya
pliers
sikundireba
screwdriver
sifana
spanner
cocilan
torch

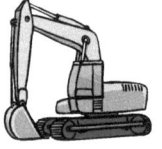

diga

digger

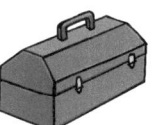

akwatin kayan aiki

toolbox

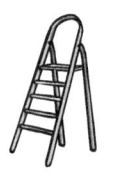

tsani

ladder

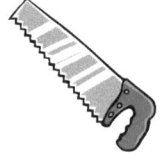

zarto

saw

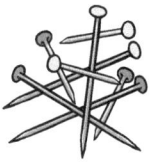

kusoshi

nails

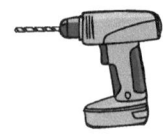

abin hudawa

drill

gyara
....
repair

chebur
....
shovel

Tafdi!
....
Damn!

makwashin shara
....
dustpan

tukunyar fenti
....
paint pot

kusoshi masu barima
....
screws

kayan kida

musical instruments

tarkacen ganga
drum kit

lasifika
loudspeaker

jita
guitar

rubin sauti
double bass

begila
trumpet

fiyano

piano

goge

violin

karamin sauti

bass

gangunan timpani

timpani

ganguna

drums

masarrafin fiyano

keyboard

saxophone

saxophone

sarewa

flute

makirfo

microphone

damisar tiger
tiger

mashigi
entrance

keji
cage

jakin dawa
zebra

abincin dabbobi
animal feed

panda
panda

dabbobi

animals

giwa

elephant

babba-da-jaka

kangaroo

karkanda

rhino

goggon biri

gorilla

dabbar bear

bear

rakumi

camel

jimina

ostrich

zaki

lion

biri

monkey

dinya

flamingo

aku

parrot

bear ta yankin kankara

polar bear

penguin

penguin

kifin shark

shark

dawisu

peacock

maciji

snake

kada

crocodile

mai tsaro zu

zookeeper

seal

seal

damisar jaguar

jaguar

dukushi

pony

damisar leopard

leopard

mugun dawa

hippo

rakumin dawa

giraffe

mikiya

eagle

aladen daji

boar

kifi

fish

kunkuru

turtle

walrus

walrus

dila

fox

barewa

gazelle

kwallon kafar Amurka
American football

tseren keke
cycling

wasan tennis
tennis

kwallon kwando
basketball

ninkaya
swimming

dambe
boxing

kwallon gora na cikin ka
ice hockey

kwallon kafa

football

badiminton

badminton

wasannin motsa jiki

athletics

kwallon hannu

handball

wasan kan kankara

skiing

kwallon dawaki

polo

harkoki
activities

yi dariya
laugh
yi tsalle
jump
rungumi
hug
yi tattaki
walk
rera waka
sing
mafarki
dream
yi addu'a
pray
sumbaci
kiss

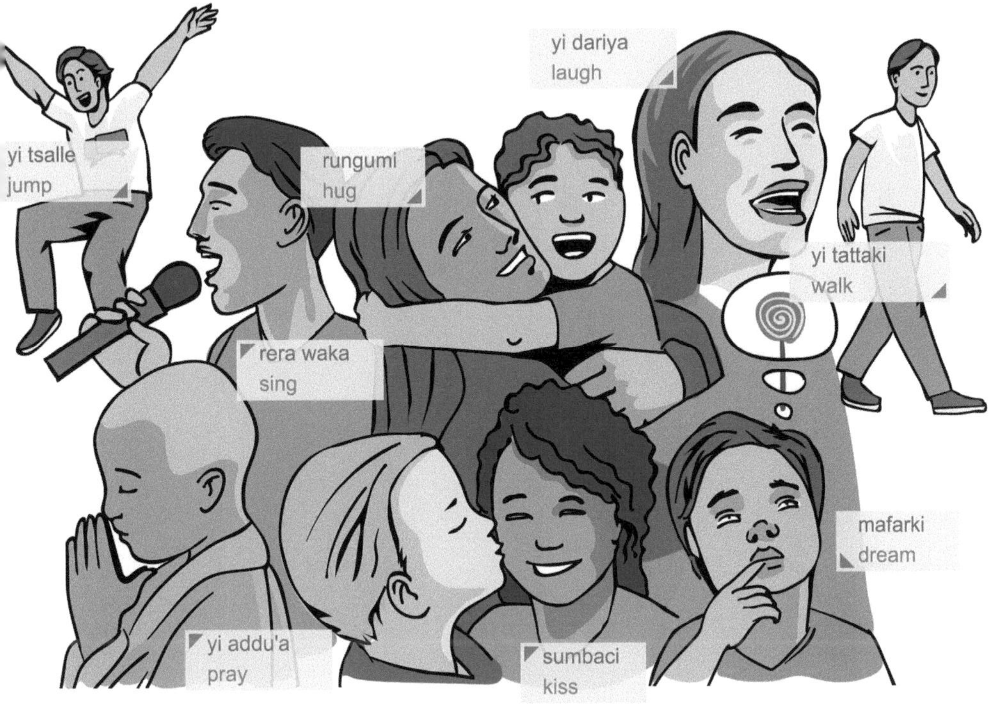

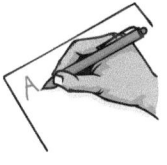

rubuta

write

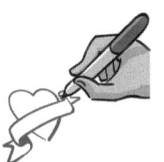

zana

draw

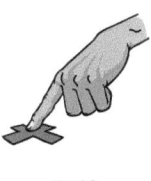

nuna

show

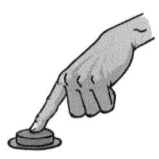

tura

push

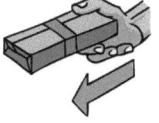

bayar

give

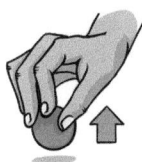

dauki

take

sami

have

yi

do

kasance

be

tsaya

stand

gudu

run

jawo

pull

jefa

throw

faduwa

fall

yi karya

lie

jira

wait

dauki

carry

zauna

sit

sanya tufafi

get dressed

yi barci

sleep

farka

wake up

kalli

look at

kuka

cry

bugi

stroke

taje

comb

yi magana

talk

fahimci

understand

tambayi

ask

saurari

listen

sha

drink

ci

eat

tattare

tidy up

yi soyayya

love

dafa

cook

yi tuki

drive

tashi

fly

tafi a kwalekwale

sail

kwakuleta

calculate

karanta

read

koyi

learn

yi aiki

work

yi aure

marry

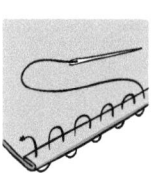

dinka

sew

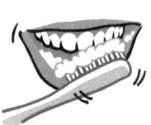

goge hakora

brush teeth

kashe

kill

busa taba

smoke

aika

send

kaka mace
grandmother

kaka namiji
grandfather

uba
father

uwa
mother

jariri
baby

ya
daughter

da
son

bako

guest

gwaggo

aunt

kawu

uncle

dan'uwa

brother

yar'uwa

sister

jiki
body

goshi
forehead
ido
eye
kafada
shoulder
yatsa
finger
fuska
face
ha'ba
chin
hannu
hand
kafa
leg
nono
breast
damtse
arm

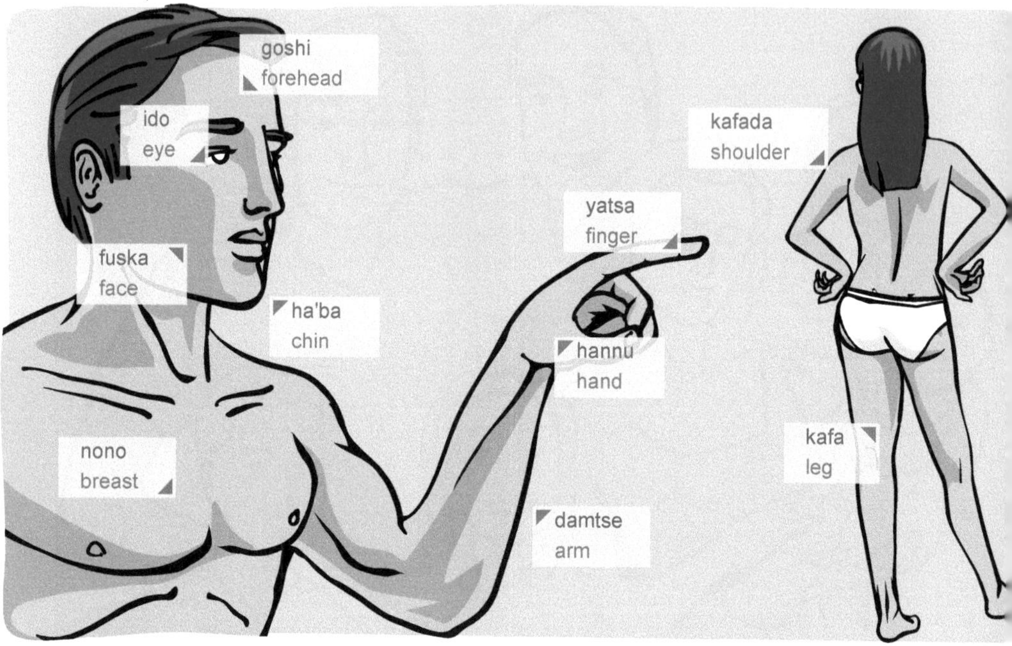

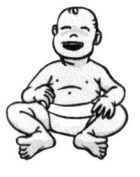

jariri

baby

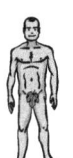

mutum

man

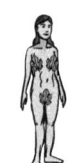

mace

woman

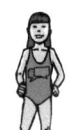

yarinya

girl

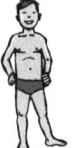

yaro

boy

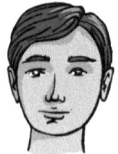

kai

head

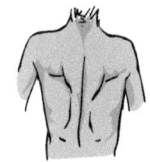

baya

back

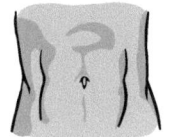

tulun ciki

belly

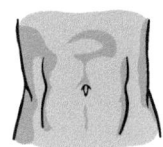

maballin ciki

belly button

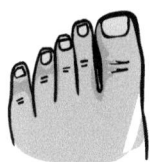

yatsan kafa

toe

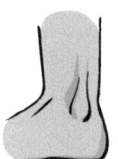

dudduge

heel

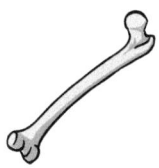

kashi

bone

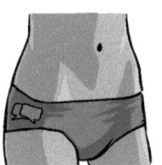

kugu

hip

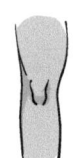

guiwa

knee

guiwar hannu

elbow

hanci

nose

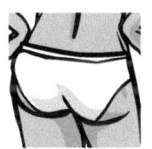

kasa

bottom

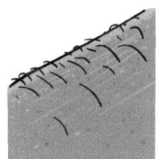

fata

skin

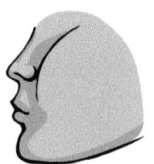

kumatu

cheek

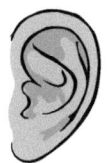

kunne

ear

lebe

lip

wata

mouth

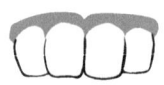

hakori

tooth

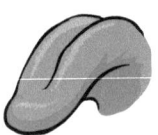

harshe

tongue

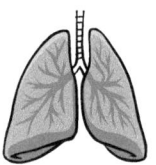

kwakwalwa

brain

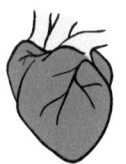

zuciya

heart

kwanji

muscle

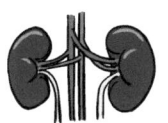

huhu

lung

hanta

liver

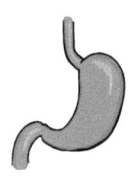

ciki

stomach

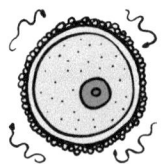

koda

kidneys

jima'i

sex

kwaroron roba

condom

kwan mahaifa

ovum

maniyyi

semen

juna-biyu

pregnancy

jiki - body

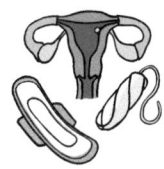

haila

menstruation

farji

vagina

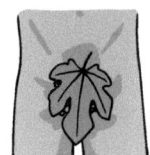

zakari

penis

gira

eyebrow

gashi

hair

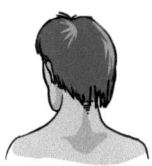

wuya

neck

asibiti
hospital

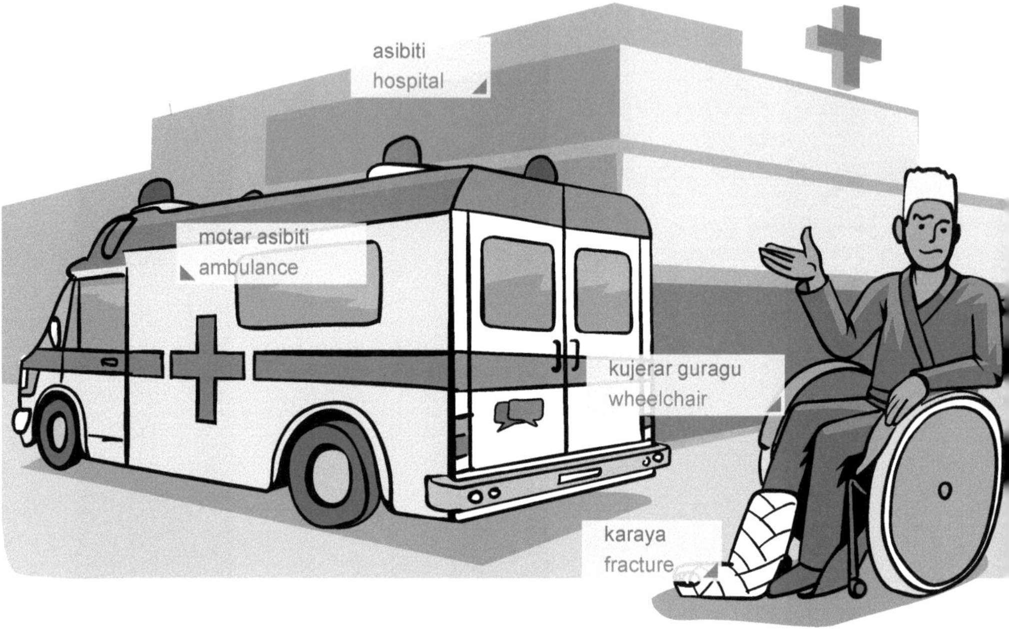

asibiti
hospital
motar asibiti
ambulance
kujerar guragu
wheelchair
karaya
fracture

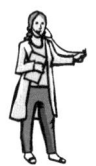

likita

doctor

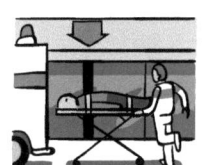

dakin kulawar gaggawa

emergency room

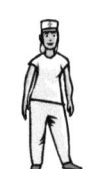

ma'aikaciyar jinya

nurse

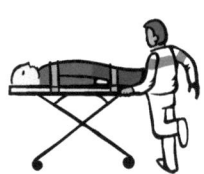

na gaggawa

emergency

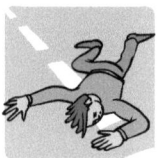

magashiyyan

unconscious

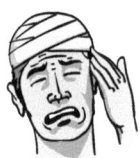

radadi

pain

rauni

injury

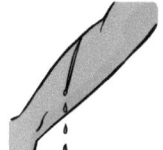

zubar jini

bleeding

bugun zuciya

heart attack

bugun jini

stroke

kyan-jiki

allergy

tari

cough

zazzabi

fever

mura

flu

gudawa

diarrhoea

ciwon kai

headache

cutar sankara

cancer

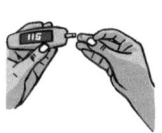

ciwon suga

diabetes

likitan tiyata

surgeon

wukar likita

scalpel

tiyata

operation

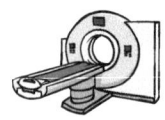

CT

CT

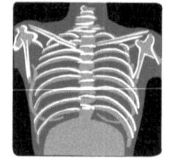

hoton kirji

x-ray

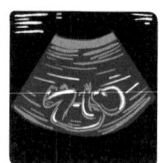

hoton ciki

ultrasound

marufin fuska

face mask

cuta

disease

dakin jira

waiting room

madogari

crutch

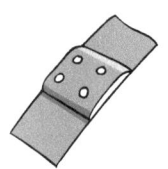

filasta

plaster

bandeji

bandage

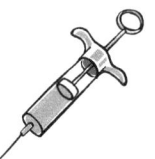

allura

injection

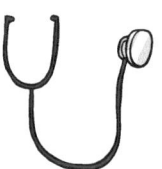

na'urar awon zuciya

stethoscope

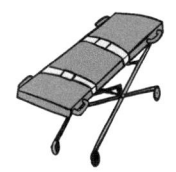

gadon daukar marar lafiya

stretcher

na'urar auna zafin jiki

clinical thermometer

haihuwa

birth

yawan nauyi

overweight

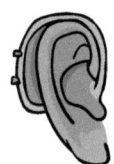

abin kara ji

hearing aid

sinadarin kashe kwayoyin cuta

disinfectant

kamuwar cuta

infection

kwayar cuta

virus

Cutar Kanjamau

HIV / AIDS

magani

medicine

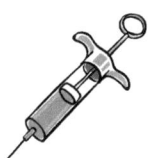

riga-kafi

vaccination

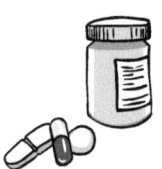

kwayoyin magani

tablets

magani

pill

kiran gaggawa

emergency call

ma'aunin hawan jini

blood pressure monitor

cuta / lafiya

ill / healthy

Taimako!

Help!

kararrawa

alarm

farmaki

assault

hari

attack

hatsari

danger

kofar ko-takwana

emergency exit

Wuta!

Fire!

abin kashe wuta

fire extinguisher

hadari

accident

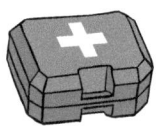

kayan taimakon gaggawa

first-aid kit

Neman taimako

SOS

dansanda

police

Turai

Europe

Amurka ta Arewa

North America

Amurka ta Kudu

South America

Afirka

Africa

Asiya

Asia

Australia

Australia

Atlantika

Atlantic

Pacific

Pacific

Tekun Indiya

Indian Ocean

Tekun Antatika

Antarctic Ocean

Tekun Arctic

Arctic Ocean

Barin duniya na Arewa

North Pole

Barin duniya na Kudu

South Pole

Antatika

Antarctica

Kasa

Earth

tsandauri

land

kogi

sea

tsibiri

island

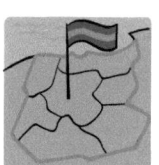

kasa

nation

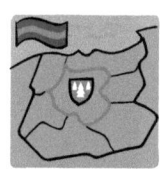

jiha

state

fuskar agogo

clock face

hannun awa

hour hand

hannun mintuna

minute hand

hannun dakika

second hand

Karfe nawa yanzu?

What time is it?

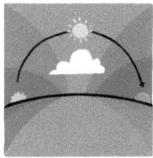

rana

day

lokaci

time

yanzu

now

agogon dijita

digital watch

minti

minute

awa

hour

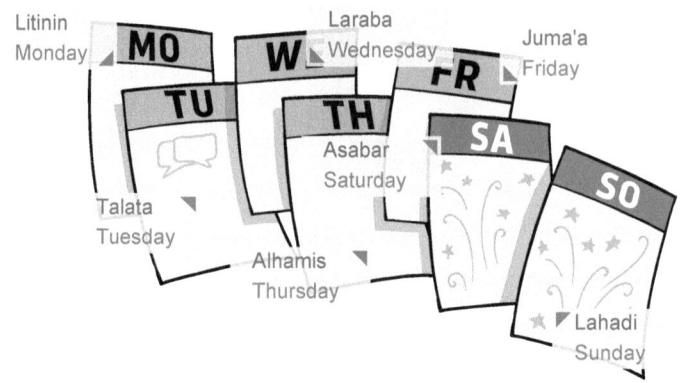

Litinin
Monday

Talata
Tuesday

Laraba
Wednesday

Alhamis
Thursday

Asabar
Saturday

Juma'a
Friday

Lahadi
Sunday

jiya

yesterday

yau

today

gobe

tomorrow

safiya

morning

tsakar rana

noon

yamma

evening

MO	TU	WE	TH	FR	SA	SU
1	2	3	4	5	6	7
8	9	10	11	12	13	14
15	16	17	18	19	20	21
22	23	24	25	26	27	28
29	30	31	1	2	3	4

ranakun kasuwanci

business days

MO	TU	WE	TH	FR	SA	SU
1	2	3	4	5	6	7
8	9	10	11	12	13	14
15	16	17	18	19	20	21
22	23	24	25	26	27	28
29	30	31	1	2	3	4

karshen mako

weekend

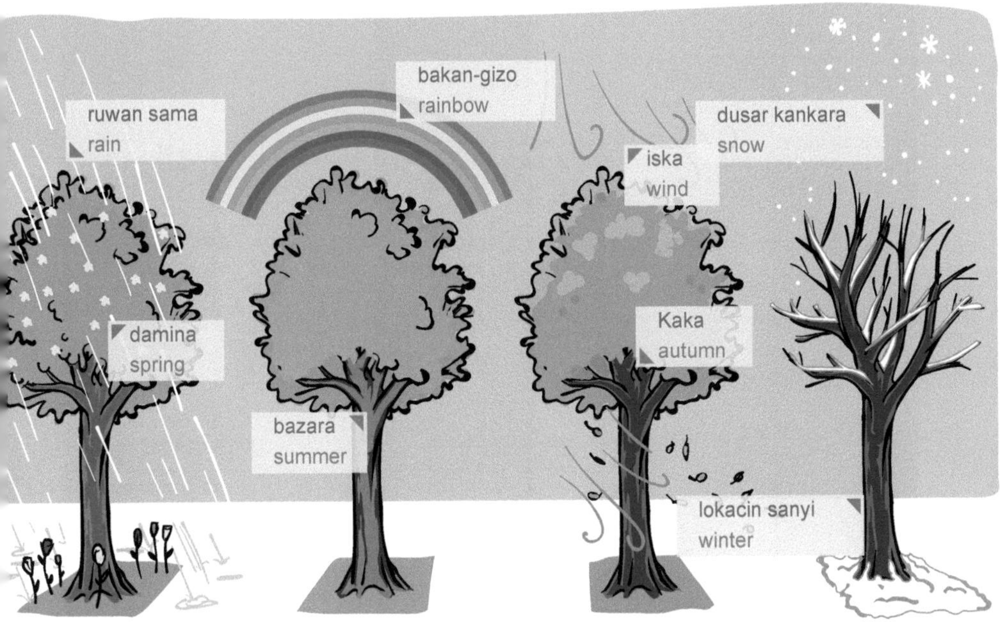

ruwan sama
rain
bakan-gizo
rainbow
dusar kankara
snow
iska
wind
damina
spring
Kaka
autumn
bazara
summer
lokacin sanyi
winter

4.APRIL 11°
5.APRIL 4°
6.APRIL 13°
7.APRIL 8°
8.APRIL 10°

hasashen yanayi

weather forecast

F
C
120
90
60
30
0
-30
40
30
20
10
0
-10
-20

na'urar gwajin zafi da sanyi

thermometer

hasken rana

sunshine

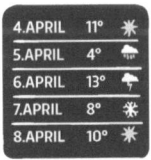

gajimare

cloud

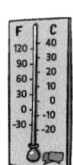

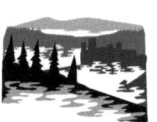

hazo

fog

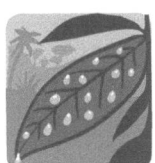

dumi

humidity

walkiya

lightning

aradu

thunder

guguwa

storm

kankarar ruwan sama

hail

iskar bazara

monsoon

ambaliyar ruwa

flood

kankara

ice

Janairu

January

Fabarairu

February

Maris

March

Afirilu

April

Mayu

May

Yuni

June

Yuli

July

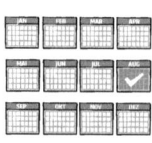

Agusta

August

shekara - year

Satumba

September

Oktoba

October

Nuwamba

November

Disamba

December

da'ira

circle

murabba'i

square

kusurwa hudu

rectangle

kusurwa uku

triangle

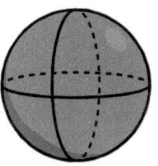

mulmulalle

sphere

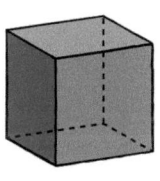

dunkule

cube

fari
....
white

rawaya
....
yellow

ruwan lemo
....
orange

ruwan shanshanbali
....
pink

ja
....
red

garura
....
purple

shudi
....
blue

kore
....
green

ruwan kasa
....
brown

ruwan toka
....
grey

baki
....
black

da yawa / kadan
a lot / a little

fushi / nutsuwa
angry / calm

kyakkyawa / mummuna
beautiful / ugly

farko / karshe
beginning / end

babba / karami
big / small

mai haske / mai duhu
bright / dark

dan uwa / 'yar uwa
brother / sister

mai tsafta / kazami
clean / dirty

cikakke / maras cika
complete / incomplete

rana / dare
day / night

matacce / mai rai
dead / alive

mai fadi / matsattse
wide / narrow

na ci / ba na ci ba

edible / inedible

mugu / mai tausayi

evil / kind

mai karsashi / gajiyayye

excited / bored

kakkaura / siriri

fat / thin

na farko / na karshe

first / last

aboki / makiyi

friend / enemy

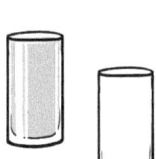

cikakke / holoko

full / empty

mai tauri / mai laushi

hard / soft

mai nauyi / marar nauyi

heavy / light

yunwa / kishin ruwa

hunger / thirst

cuta / lafiya

ill / healthy

haramtacce / halastacce

illegal / legal

mai basira / dakiki

intelligent / stupid

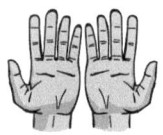

hagu / dama

left / right

kusa / nesa

near / far

sabo / na-hannu

new / used

ba komai / wani abu

nothing / something

tsoho / yaro

old / young

kunna / kashe

on / off

a bude / a rufe

open / closed

shiru / kara

quiet / loud

mai arziki / talaka

rich / poor

daidai / bata

right / wrong

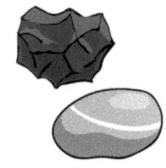

mai kaushi / mai santsi

rough / smooth

bakin ciki / farin ciki

sad / happy

gajere / dogo

short / long

a sannu / da sauri

slow / fast

jikakke / busasshe

wet / dry

dumi / sanyi

warm / cool

yaki / zaman lafiya

war / peace

0	1	2
sifili	daya	biyu
zero	one	two

3	4	5
uku	hudu	biyar
three	four	five

6	7	8
shida	bakwai	takwas
six	seven	eight

9	10	11
tara	goma	goma sha daya
nine	ten	eleven

12

goma sha biyu

twelve

13

goma sha uku

thirteen

14

goma sha hudu

fourteen

15

goma sha biyar

fifteen

16

goma sha shida

sixteen

17

goma sha bakwai

seventeen

18

goma sha takwas

eighteen

19

goma sha tara

nineteen

20

ashirin

twenty

100

dari

hundred

1.000

dubu

thousand

1.000.000

miliyan

million

Turanci

English

Turancin Amurka

American English

Mandarin na China

Chinese Mandarin

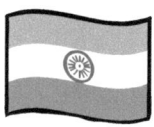

Hindi

Hindi

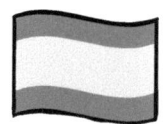

Sifaniyanci

Spanish

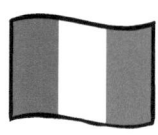

Faransanci

French

Larabci

Arabic

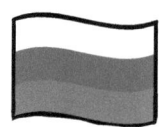

Yaren Rasha

Russian

Yaren Portugal

Portuguese

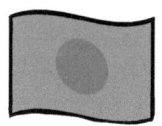

Bengali

Bengali

Yaren Jamus

German

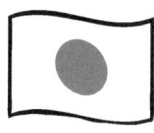

Yaren Japan

Japanese

ni

I

kai

you

shi / ita / ita

he / she / it

mu

we

ku

you

su

they

wa?

who?

me?

what?

ya ya?

how?

a ina?

where?

yaushe?

when?

suna

name

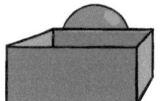

a baya

behind

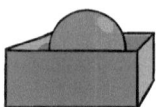

a ciki

in

a gaban

in front of

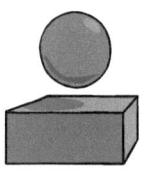

saman

over

akai

on

karkashi

under

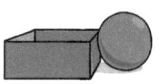

a gefe

beside

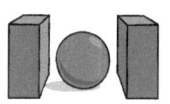

a tsakani

between

wuri

place